saan
Napupunta ba ang Lahat ng Medyas?

Marcy Schaaf   Tagalog

Noong unang panahon, sa isang maaliwalas na maliit na silid, nakatira ang isang tumpok ng mga medyas na may sariling isip! Ang ilan ay maliwanag, ang ilan ay matapang, at ang ilan—ay, hindi sila makaupo! Ito ang kwento ng pinakamalupit, pinakagiggliest, at pinaka-nakakalokong medyas na nakita mo, habang lumalaktaw, umiikot, at gumugulong ang mga ito sa lahat ng uri ng kasiyahan. Humanda sa pagtawa habang ang mga nakakatuwang medyas na ito ay humahantong sa amin sa isang ligaw at umaalog na pakikipagsapalaran sa bawat sulok.

Copywrite @ Books By Schaaf 2024
Where Do All THe Socks GO?

Socks in the drawer, all neat in a row.
But where did my silly socks go?

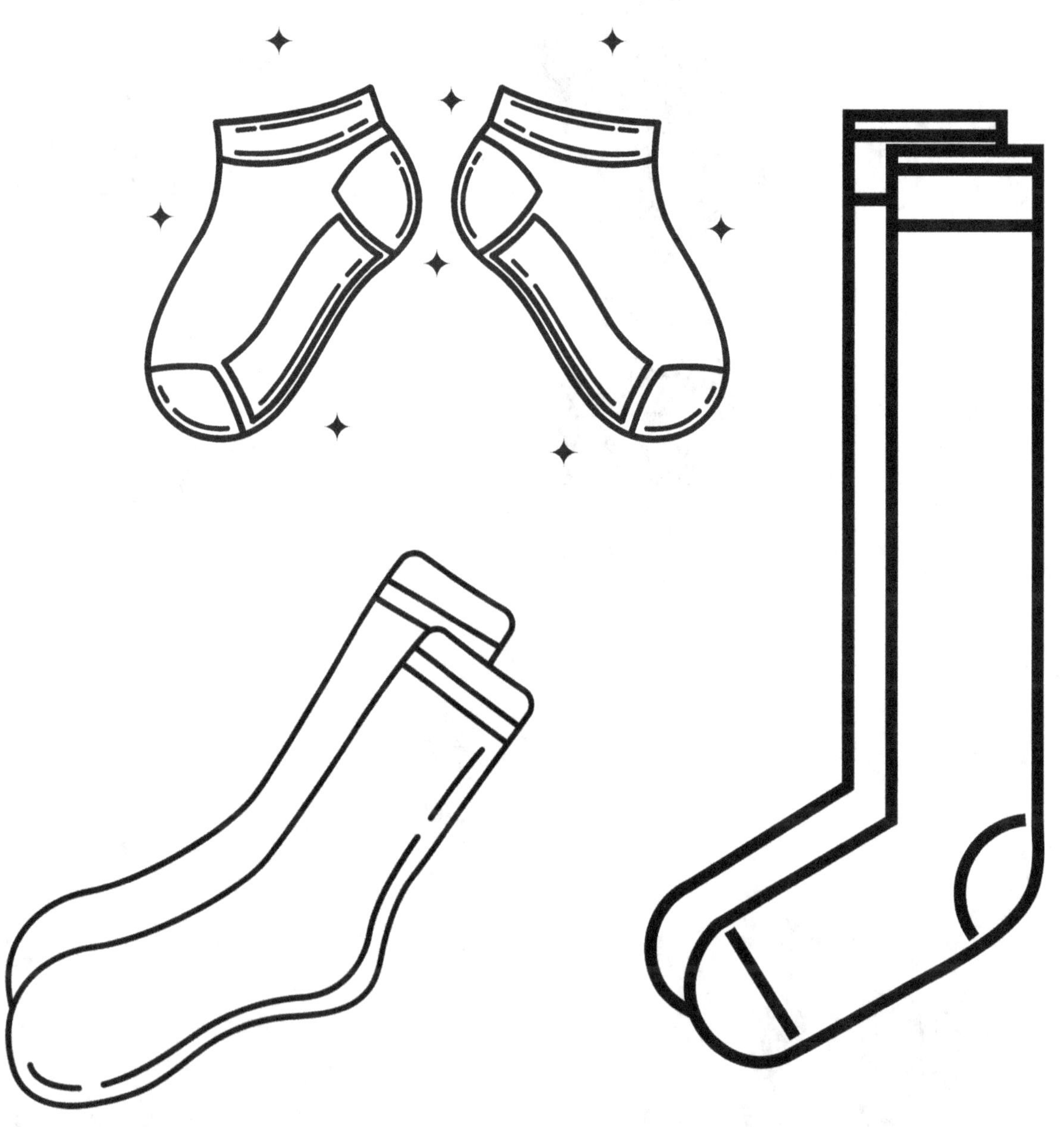

Mga medyas sa drawer, lahat ay maayos sa isang hilera.
Ngunit saan napunta ang aking mga hangal na medyas?

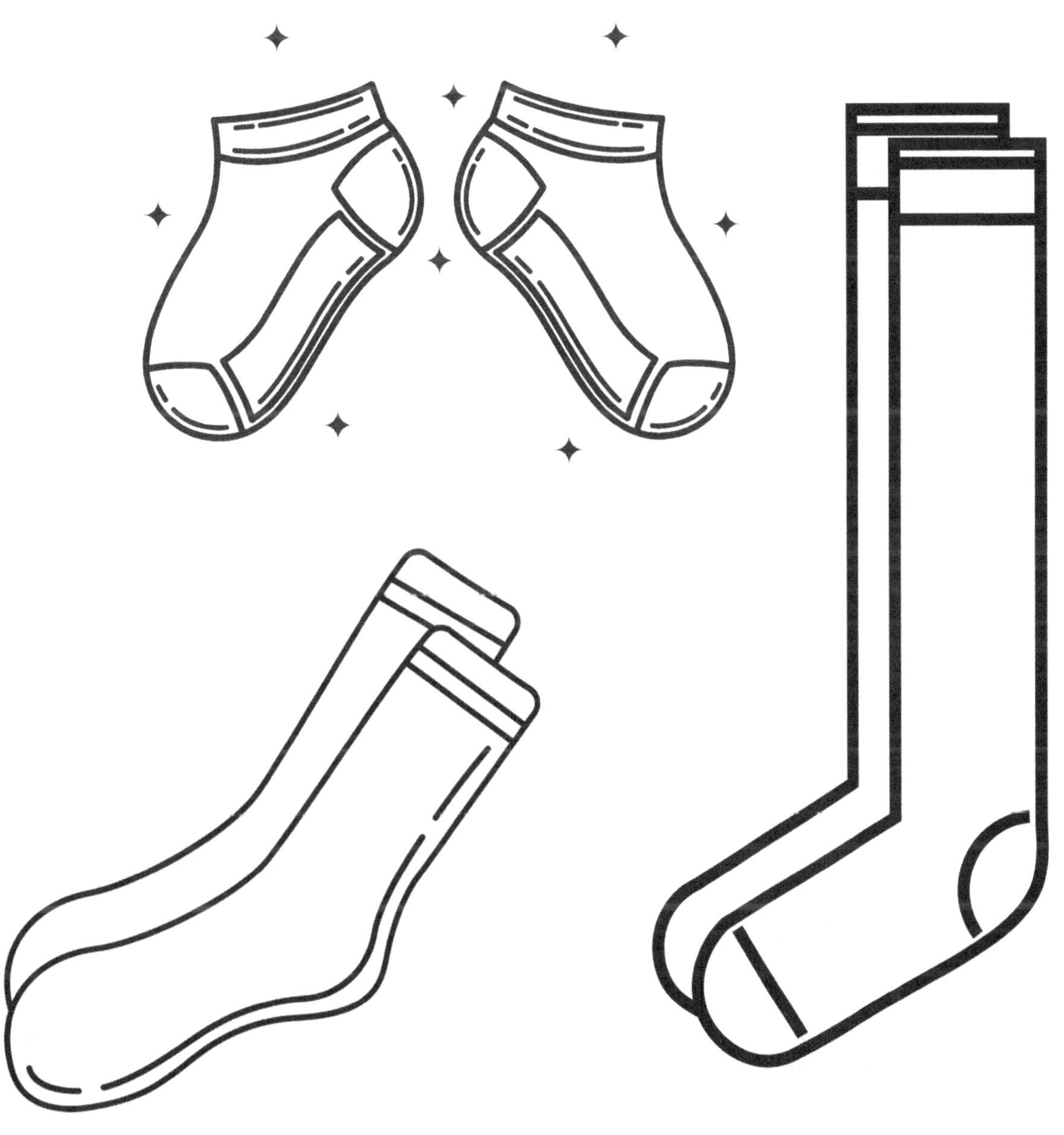

Red socks, blue socks, socks with stripes.
Some are big, some are tight!

Pulang medyas, asul na medyas,
medyas na may guhit.
May malalaki, may masikip!

Tall socks, small socks, some with dots.
One sock is tangled in knots!

Matataas na medyas, maliit na medyas, ang iba ay may tuldok. Ang isang medyas ay buhol-buhol!

I put them on, but they wiggle and jiggle.
My toes start to wriggle and giggle!

Isinuot ko ang mga ito, ngunit gumagalaw sila. Nagsisimulang manginig at humagikgik ang aking mga daliri sa paa!

Socks on my ears, socks on my nose.
One sock hops away on its toes!

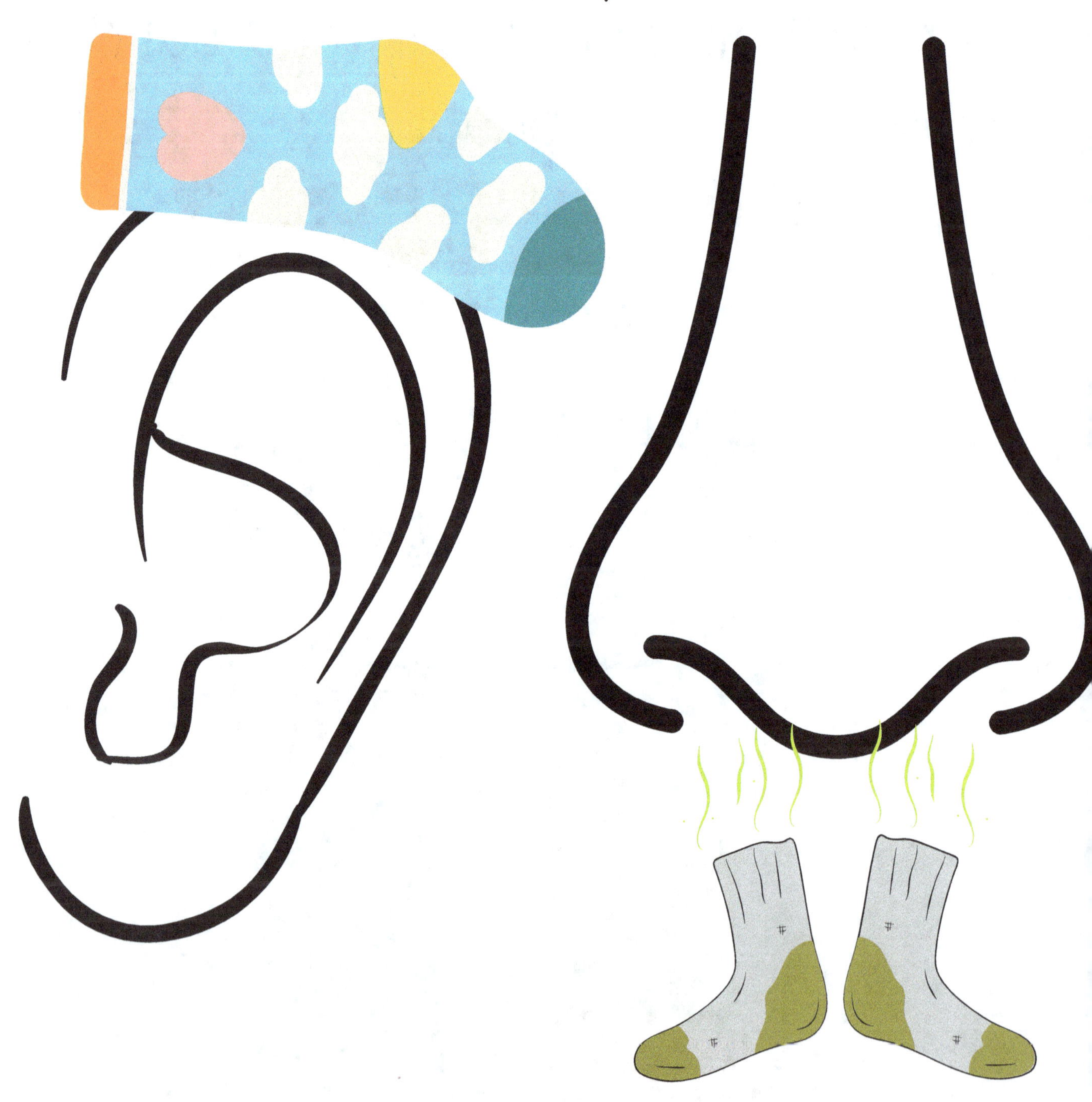

Medyas sa tenga, medyas sa ilong.
Isang medyas ang tumalon sa
mga daliri nito!

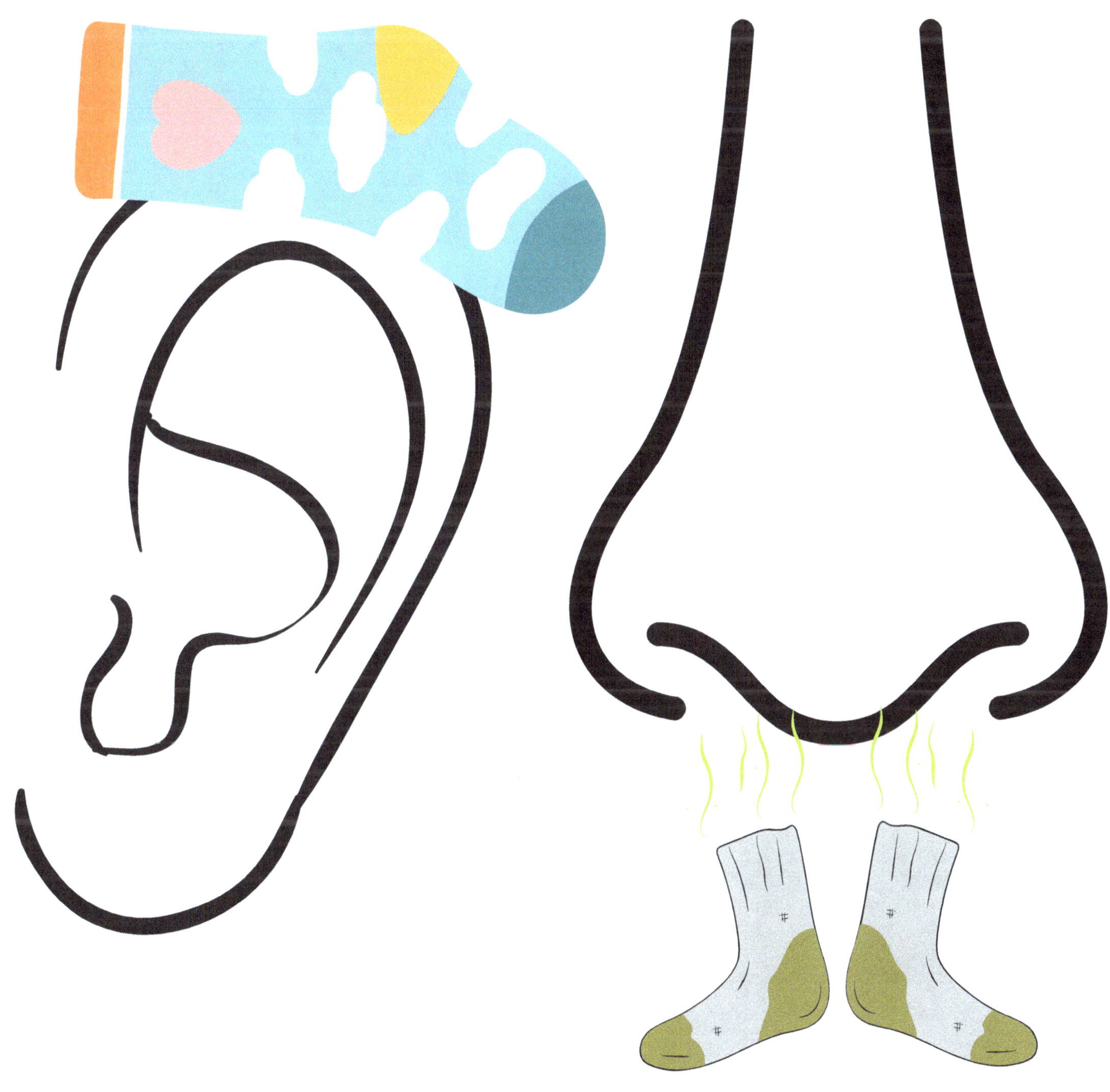

Fuzzy socks, slippery socks, socks that glow.
Some are fast, some are slow!

Malabo na medyas, madulas na medyas, medyas na kumikinang. May mabilis, may mabagal!

One sock went flying under my bed.
It's hiding with a shoe instead!

Lumilipad ang isang medyas sa ilalim ng aking kama.
It's hiding with a shoes instead!

Sock on the chair, sock on the floor.
Wait a minute, there's one more!

Medyas sa upuan, medyas sa sahig.
Sandali, may isa pa!

Socks that flip, socks that flop
These silly socks just won't stop!

Mga medyas na pumitik, medyas na pumipitik Ang mga kalokohang medyas na ito ay hindi titigil!

I found a sock in my cereal bowl.
Now how did it reach that goal?

May nakita akong medyas sa aking cereal bowl.
Ngayon paano nito naabot ang layuning iyon?

Socks in the kitchen, socks in the sink.
These socks are messier than I think!

Medyas sa kusina, medyas sa lababo.
Ang mga medyas na ito ay mas magulo kaysa sa iniisip ko!

One sock is purple, one is lime,
Where did they go this time?

Ang isang medyas ay lila, ang isa ay kalamansi, Saan sila nagpunta sa oras na ito?

There's a sock on my lamp, a sock
on my chair.
There's even a sock in my hair!

May medyas sa aking lampara,
isang medyas sa aking upuan.
May medyas pa sa buhok ko!

How do socks end up in such spots? I'm starting to connect the dots!

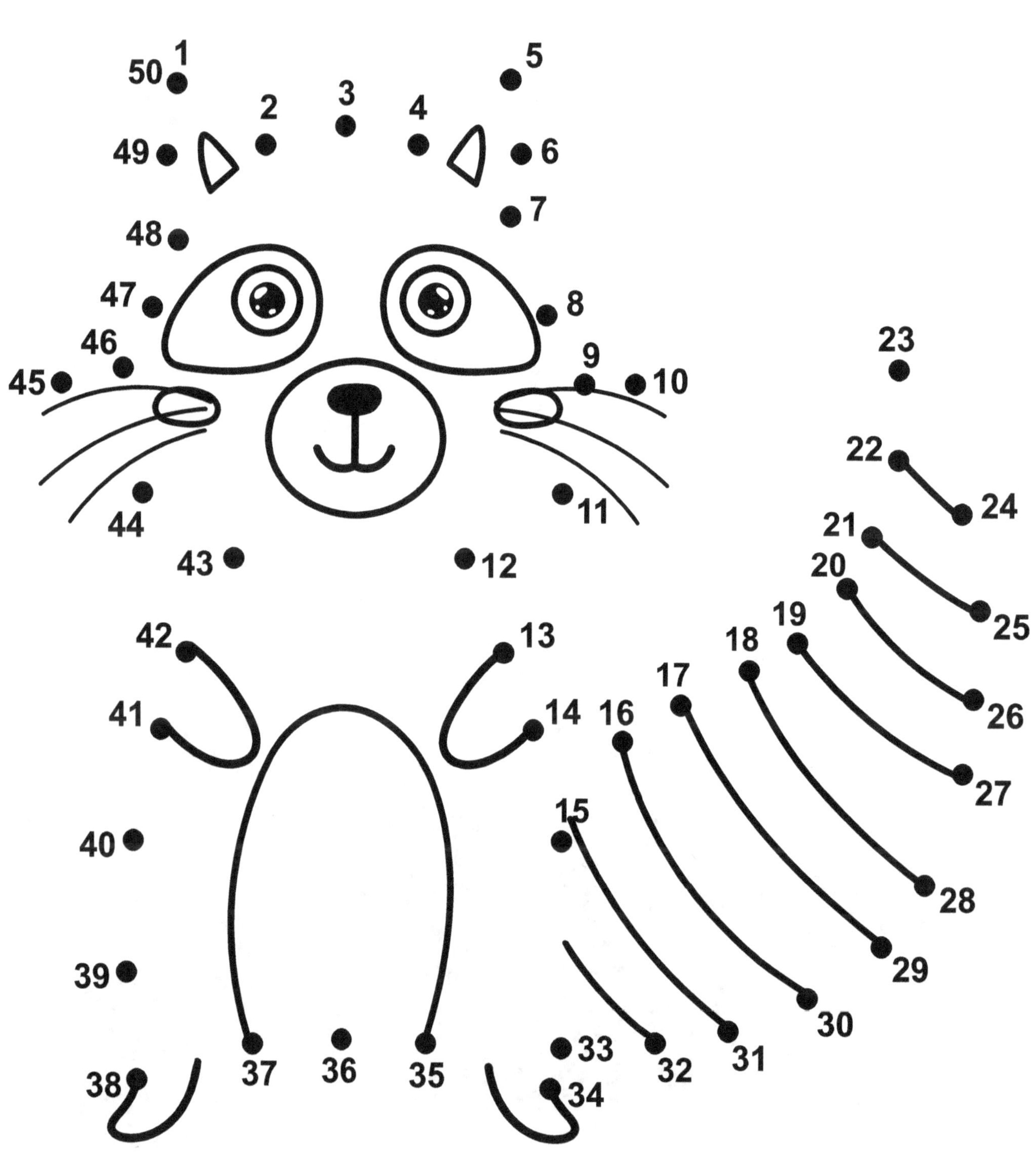

Paano napupunta ang mga medyas sa gayong mga lugar? Nagsisimula akong ikonekta ang mga tuldok!

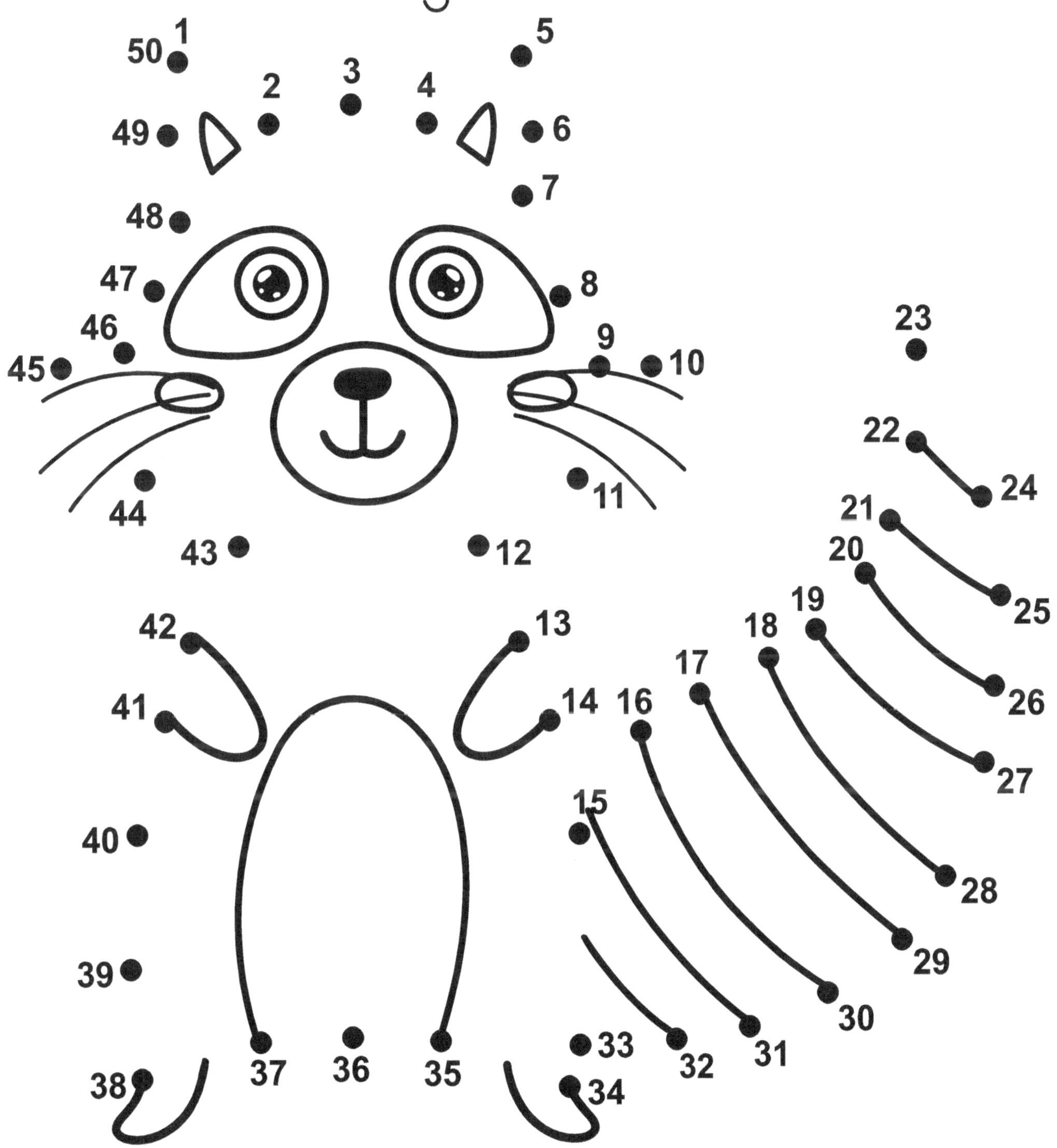

Socks on the ceiling, socks on the
wall.
I can't keep track of them all!

Medyas sa kisame, medyas sa dingding.
Hindi ko masubaybayan silang lahat!

One sock is here, the other is there.
Why can't I find a matching pair?

Nandito ang isang medyas, nandoon ang isa.
Bakit hindi ako makahanap ng katugmang pares?

Striped socks, polka-dot socks, socks with stars.
They're hiding in jars and under cars!

Mga medyas na may guhit, polka-dot na medyas, medyas na may mga bituin.
Nagtatago sila sa mga garapon at sa ilalim ng mga sasakyan!

Some socks went missing, where could they be?
Oh look! They're climbing the tree!

Nawala ang ilang medyas, nasaan
kaya ang mga ito?
Oh tingnan mo! Umakyat sila sa puno!

I'll catch those socks and put them away.
But the socks have other plans today!

Sasaluhin ko ang mga medyas na iyon at itatabi.
Ngunit ang mga medyas ay may iba pang mga plano ngayon!

Socks that twirl, socks that twist,
Socks that I didn't know exist!

Mga medyas na umiikot, medyas na umiikot, Mga medyas na hindi ko alam na umiiral!

One sock is running, the other is too.
Who knew socks could outpace a shoe?

Ang isang medyas ay tumatakbo,
ang isa ay masyadong.
Sino ang nakakaalam na ang mga
medyas ay maaaring lumampas sa
isang sapatos?

I gather them up, each and every pair.
But suddenly, socks are everywhere!

Tinitipon ko sila, bawat isa at bawat pares.
Ngunit biglang, ang mga medyas ay nasa lahat ng dako!

They slide, they dance, they skip,
they hop.
I wish these socks would finally
stop!

Sila ay dumudulas, sumasayaw,
lumulukso, lumundag.
Sana tumigil na ang mga medyas
na ito!

I fold them neatly, I place them with care.
But one sock escapes with flair!

Tinupi ko sila nang maayos, inilalagay ko ang mga ito nang may pag-iingat.
Ngunit ang isang medyas ay nakatakas nang may likas na talino!

Off it zooms, out of the drawer,
These silly socks, they want more!

Nag-zoom ito, palabas ng drawer,
Itong mga kalokohang medyas,
gusto pa nila!

So I sit and I watch them go,
Spinning, flipping, putting on a
show!

Kaya umupo ako at pinapanood ko silang umalis, Umiikot, bumabaliktad, naglalagay ng palabas!

I laugh and I smile, it's hard to be mad.
These socky shenanigans make me glad!

Tumawa ako at ngumiti, mahirap magalit.
Pinapasaya ako ng mga socky shenanigans na ito!

So now I know, socks love to play,
They'll find adventures every day!

Kaya ngayon alam ko na, ang mga medyas ay gustong maglaro, Makakahanap sila ng mga pakikipagsapalaran araw-araw!

Socks in the air, socks on the ground.
In every corner, socks are found!

Medyas sa hangin, medyas sa lupa.
Sa bawat sulok, may mga medyas!

Join Our Book of the Month Club!

Looking for the perfect gift that keeps on giving? Join our Book of the Month Club! For just $25 a month, or $250 if you purchase a year upfront, you or your loved ones will receive a handpicked children's book every month, straight to your doorstep.

Here's how it works:
Choose from 15 different languages to receive bilingual books that make learning fun.
Enjoy monthly shipments of our exclusive books that inspire, teach, and entertain children of all ages.
Each month's book is carefully selected to provide a new adventure, valuable lesson, and a chance to explore cultures from around the world.
It's the perfect gift for birthdays, holidays, or just because! Whether you're nurturing a young reader or encouraging language learning, our Book of the Month Club is designed to bring joy to every bookshelf.

Exclusive Bonus: As part of your membership, you'll also receive a monthly podcast about our featured book delivered straight to your email! Listen in for behind-the-scenes insights, fun facts, and tips for making storytime even more magical.

Sign up today at www.Booksbyschaaf.com and start enjoying the gift of reading all year long!

Sumali sa Aming Book of the Month Club!

Naghahanap ng perpektong regalo na patuloy na nagbibigay? Sumali sa aming Book of the Month Club! Sa halagang $25 lamang sa isang buwan, o $250 kung bibili ka ng isang taon nang maaga, ikaw o ang iyong mga mahal sa buhay ay makakatanggap ng napiling aklat na pambata bawat buwan, diretso sa iyong pintuan.

Narito kung paano ito gumagana:
Pumili mula sa 15 iba't ibang wika upang makatanggap ng mga bilingual na aklat na nagpapasaya sa pag-aaral.
Tangkilikin ang buwanang pagpapadala ng aming mga eksklusibong aklat na nagbibigay-inspirasyon, nagtuturo, at nagbibigay-aliw sa mga bata sa lahat ng edad.
Maingat na pinipili ang aklat ng bawat buwan upang magbigay ng bagong pakikipagsapalaran, mahalagang aral, at pagkakataong tuklasin ang mga kultura mula sa buong mundo.
Ito ang perpektong regalo para sa mga kaarawan, pista opisyal, o dahil lang! Nag-aalaga ka man ng isang batang mambabasa o naghihikayat sa pag-aaral ng wika, ang aming Book of the Month Club ay idinisenyo upang magdala ng kagalakan sa bawat bookshelf.

Eksklusibong Bonus: Bilang bahagi ng iyong membership, makakatanggap ka rin ng buwanang podcast tungkol sa aming itinatampok na aklat na direktang inihatid sa iyong email! Makinig para sa mga behind-the-scenes na insight, nakakatuwang katotohanan, at mga tip para gawing mas kaakit-akit ang oras ng kuwento.

Mag-sign up ngayon sa www.Booksbyschaaf.com at simulang tamasahin ang regalo ng pagbabasa sa buong taon!

Books By Schaaf

www.BookBySchaaf.com

Find us at: